# துணிவு வேண்டும்

**வி.எஸ்.ரோமா**

Copyright © V. S. Roma
All Rights Reserved.

ISBN 978-1-63904-476-4

This book has been published with all efforts taken to make the material error-free after the consent of the author. However, the author and the publisher do not assume and hereby disclaim any liability to any party for any loss, damage, or disruption caused by errors or omissions, whether such errors or omissions result from negligence, accident, or any other cause.

While every effort has been made to avoid any mistake or omission, this publication is being sold on the condition and understanding that neither the author nor the publishers or printers would be liable in any manner to any person by reason of any mistake or omission in this publication or for any action taken or omitted to be taken or advice rendered or accepted on the basis of this work. For any defect in printing or binding the publishers will be liable only to replace the defective copy by another copy of this work then available.

# பொருளடக்கம்

1. அத்தியாயம் 1 — 1
நான் — 23

# 1

**சாதனை படைக்க சிறிது துணிவு வேண்டும்...**

**சரித்திரத்தில் இடம் பிடிக்க மிக்க துணிவு வேண்டும்......**

அறிவுரை என்ற பேரில் அலைகழிபவரை.......... மீறி
நினைப்பதை நடத்தி காட்ட.......... மிக்க துணிவு வேண்டும்

அப்போதே சொன்னேன் கேட்காமல் கஷ்டம் பாரு என்ற
அபத்தமான வார்த்தை பொய்யாக்க...... துணிவு வேண்டும்

ஜான்........... ஏறினாலும் முழம் சறுக்கினாலும் சளைக்காமல்
வாழ்க்கை சறுக்குமரத்தில் விளையாட......... துணிவு வேண்டும்

நீச்சல் குளத்தின் அருகில்........ அமர்ந்து யோசிக்காமல்
குதித்து எதிர்நீச்சல் போடுவதற்கு நல்ல துணிவு........ வேண்டும்

**வாழ்க்கையில் வெற்றி பெற என்ன வழி...**

எந்த ஒரு செயலை எடுத்துக்கொண்டாலும் அது வெற்றி பெற முதலில் அந்த செயல் குறித்த புரிதல் அவசியம்.

வாழ்க்கையில் வெற்றி பெற என்ன வழி என்று பல புத்தகங்கள் பார்த்திருப்போம், வாழ்க்கை என்ன பரிட்சையா அல்லது போட்டியா, ஏன் வெற்றி பெற வேண்டும். வாழ்வின் வெற்றி என்பது என்ன? பொருள் சேர்ப்பதா? புகழடைவதா? அப்படி என்றால் மிகப்பெரும் பணக்காரர்கள் எல்லோரும் வெற்றி பெற்றதாக ஆகிவிடுமா? புகழடைந்தவர்கள் அனைவரும் வெற்றி பெற்றவர்கள் எனில் மற்ற சாமான்னிய மனிதர்கள் எல்லோரும் தோல்வி அடைந்தவர்களா? புகழின் உச்சியில் இருப்பவர்க்கும் வாழ்க்கையில் பல சிக்கல்கள் இருப்பதை நாம் கேள்-

விபட்டிருக்கிறோம். ஏழு தலைமுறைக்கும் பணம் சம்பாதித்து பொருள் சேர்த்தவர்களும் வாழ்வில் ஏதோ நிறைவின்மையை உணர்கிறார்கள். இது எதனால்? பொருள் சேர்த்த செல்வந்தர்கள் வெற்றி பெற்றுவிட்ட-தாக ஆகும் ஆனால் அவர்கள் ஏன் இன்னும் ஓடிக்கொண்டிருக்கிறார்-கள்.

வெற்றி என்பது மனிதர்க்கு மனிதர் மாறுபடும். பணம் இல்லாதவனுக்கு பணம் சம்பாதிப்பதுதான் வெற்றி. ஆனால் பணம் இருந்தும் அதை அனுபவிக்க முடியாமல் உடல் பினியால் அவதிபடுபவர்க்கு அதிலிருந்து மீண்டு, ஆரோக்கியமாக வாழ்வதுதான் வெற்றி இப்படி ஒவ்வொருவருக்-கும் வெற்றி என்பது அவர்களிடம் இல்லாத ஒன்றை தேடி ஓடுவதே என்றாகிவிடுகிறது

ஆனால் எல்லோருக்கும் பொதுவான ஒரு வெற்றி இருக்கிறது. அது வாழ்க்கையில் நிறைவாக வாழ்வது, அடுத்தவர்க்கு வழிகாட்டியாய் இருப்பது, பிற உயிர்களை மதிப்பது அவற்றிர்க்கு துன்பம் தராமல் இருப்பது, ஆக மொத்தம் சந்தோஷமாக வாழ்வதும் நம்மை சுற்றி உள்ளவர்களை மகிழ்ச்சியாக வைத்துக்கொள்வதும்தான் வெற்றிகரமான வாழ்க்கை.

இந்த வெற்றியை அடைய நாம் நம்மை தயார்படுத்திக் கொள்ளவது அவசியம். உடலும், மனதும் தூய்மையாக இருப்பின் நாம் நினைக்கின்ற எந்த காரியத்தையும் செய்து முடிக்கும் வலிமையும், வழியும் தானாக பிறக்கும். எந்த ஒரு செயலை எடுத்துக்கொண்டாலும் அது வெற்றி பெற முதலில் அந்த செயல் குறித்த புரிதல் அவசியம். பின் அதற்கான திட்-டமிடல் முக்கியம். இவை இரண்டும் இருந்துவிட்டால் பின் தைரியமாக செயலில் இறங்கலாம்.

சிலர் தனியாக தொழில் செய்து அது நஷ்டமடையும்போது, தன்னைத்-தானே நொந்துகொள்வார்கள். நமக்கு நேரம் சரியில்லை, எல்லாம் என் தலைவிதி, எனக்கு எதுவும் சரியாக அமையாது என்று புலம்புவார்கள். இப்படி புலம்புவது எந்த வகையிலும் சரியாகாது. இது மனதிற்கு இன்-

னும் சோர்வையே ஏற்படுத்தும். இன்னொருமுறை முயற்சிக்கும் எண்ணத்திற்கும் தடையாக இருக்கும். எனவே தோல்வி ஏற்படும்போது, அதை இயல்பாக எடுத்துக்கொள்ள பழக வேண்டும் மன கஷ்டங்கள் இருந்தாலும் மனதிற்குள் நல்ல எண்ணங்களாகவே நினைக்க வேண்டும்.

ஏதோ இந்தமுறை சரியாக வரவில்லை அடுத்த முறை இப்படி நடக்காது என்று தனக்குத்தானே தைரியம் சொல்வதுபோல் நினைக்க வேண்டும். நம் எண்ணங்களுக்கு நம்மைவிட அதிக பலம் இருக்கிறது. இது ஏதோ ஊக்கப்படுத்தும் தத்துவம் என்று நினைக்காதீர்கள், இது விஞ்ஞான பூர்வமாக நிருபிக்கப்பட்ட உண்மை. எனவே எண்ணங்களை எப்போதும், பாஸிட்டிவாக வைத்துக்கொள்வது மிக மிக முக்கியம். அதுவே வெற்றிக்கான சிறந்த வழி.

நாம் சரியாக இருந்தாலும் சூழ்நிலை நமக்கு எப்போதும் சாதகமாக அமைவதில்லை. நம்மை சுற்றி உள்ளவர்கள் நம்மிடம் பேசும்போது அவர்களது சொந்த அனுபவங்களை நம்மிடம் பகிர்ந்துகொள்கிறேன் பேர்வழி என்று தேவை இல்லாத பயத்தை நம் மனதில் ஏற்படுத்திவிடுவார்கள். அதை புரிந்துகொண்டு எச்சரிக்கை உணர்வுடன் இருக்க வேண்டும்.

நீங்கள் இந்த இடத்தில் இன்னொன்று கேட்பீர்கள், நம்மை விட வயதில் மூத்தவர்கள், அனுபவஸ்தர்கள் சொல்லும் அறிவுரையை உதாசினப்படுத்த முடியுமா? என்பீர்கள். நிச்சயம் முடியாதுதான். அறிவுரைகள் ஏற்க்கப்பட வேண்டும். அனுபவத்தைவிட ஒரு சிறந்த வழிகாட்டி இருக்க முடியாது. அவர்கள் தரும் அறிவுரையை எடுத்துக் கொள்ளவேண்டும். ஆனால் அதை எந்த அளவிற்கு என்பதை நீங்கள்தான் முடிவு செய்ய வேண்டும். நம் செயலை தடைசெய்ய சொல்லப்படும் எச்சரிக்கைக்கும் அதை சரியாக வழிநடத்த பயன்படும் அறிவுரைக்கும் வித்தியாசம் இருக்கிறது. அதை கண்டறிய வேண்டும்.

கடைசியாக வெற்றிக்கும் முக்கியமான இன்னொரு விஷயம் ஒன்று இருக்கிறது. அது துணிவு வாழ்க்கையில் சில நேரங்கள் ரிஸ்க் எடுத்துத்தான் ஆக வேண்டும். எதையும் உறுதிப்படுத்திக் கொண்டுதான் பின்

முதல் அடி எடுத்துவைப்பேன் என்று நிற்க முடியாது. ஆகவே வருவது வரட்டும் ஒரு கை பார்ப்போம் என்ற துணிவு வேண்டும். "ரிஸ்க் எடுக்காமல் ரஸ்க் சாப்பிட முடியாது".

**துணிவே துணை - இறைவன் அளித்திருக்கும் வாய்ப்பு!....**

சுவாமி விவேகானந்தர், அமெரிக்காவில் சிகாகோ மாநகரத்தில் தங்கியிருந்த சமயம். அங்கு அவரை ராக்ஃபெல்லர் என்பவர் சந்தித்தார். ராக்ஃபெல்லர், பிற்காலத்தில் உலகில் புகழ்பெற்ற பெரிய பணக்காரர்களுள் ஒருவராக விளங்கினார். விவேகானந்தரைச் சந்தித்தபோது, ராக்ஃபெல்லர் அவ்வளவாக பிரபலம் ஆகவில்லை.

ராக்ஃபெல்லரின் நண்பர்கள் பலர், விவேகானந்தரைப் பற்றி அவ்வப்போது ராக்ஃபெல்லரிடம் கூறியிருந்தார்கள். எனவே விவேகானந்தரைப் பற்றி ராக்ஃபெல்லர் நிறையவே கேள்விப்பட்டிருந்தார். என்றாலும் ஏனோ அவர், விவேகானந்தரைச் சந்திப்பதற்குத் தயங்கினார்.

ஒருமுறை ராக்ஃபெல்லரின் நண்பர் ஒருவர் வீட்டில் விவேகானந்தர் தங்கியிருந்தார். அப்போது ஒருநாள் திடீரென்று "விவேகானந்தரைச் சந்திக்க வேண்டும்' என்ற தீவிர எண்ணம் ராக்ஃபெல்லருக்கு ஏற்பட்டது. அந்த வேகத்தில் அவர் விவேகானந்தர் தங்கியிருந்த வீட்டிற்குச் சென்றார்.

வேலைக்காரன் கதவை திறந்தான். அந்த வேலைக்காரனைப் பிடித்துத் தள்ளிவிட்டு, ராக்ஃபெல்லர் முன் அனுமதிகூடப் பெறாமல் விவேகானந்தர் இருந்த அறைக்குள் நுழைந்தார். அவர் அப்போது ஏதோ எழுதிக்கொண்டிருந்தார்.

தன் அறைக்குள் யாரோ நுழைந்திருப்பதை உணர்ந்தாலும், "வந்தது யார்?' என்று விவேகானந்தர் ஏறெடுத்தும் பார்க்கவில்லை. ஆனால், திடீரென்று ராக்ஃபெல்லர் மட்டுமே அறிந்திருந்த அவருடைய கடந்த கால நிகழ்ச்சிகளைப் பற்றிச் சொல்ல ஆரம்பித்தார்.

இறுதியில் அவர், "உங்களிடம் இருக்கும் பணம் உண்மையில் உங்களுடையது இல்லை. உலகிற்கு நன்மை செய்வதற்காக இறைவன் உங்-

களிடம் அந்தப் பணத்தைக் கொடுத்து வைத்திருக்கிறார். அதனால் உலகிற்கு நன்மை செய்வதற்கு உரிய ஒரு வாய்ப்பை இறைவன் உங்களுக்குக் கொடுத்திருக்கிறார், அவ்வளவு தான்! எனவே நீங்கள் உங்கிளடம் இருக்கும் பணத்தை உலக நன்மைக்காக செலவு செய்யுங்கள்' என்று கூறினார்.

விவேகானந்தர் இப்படிச் சொன்னது ராக்ஃபெல்லருக்கு பிடிக்கவில்லை. "நான் என்ன செய்யவேண்டும் என்பதை இன்னொருவர் எனக்குச் சொல்வதா?' என்று அவருக்குத் தோன்றியது. எனவே அவர், எதுவும் சொல்லாமல், வேகமாக அந்த அறையைவிட்டு வெளியேறினார். ஆனால் விவேகானந்தரின் ஆன்மிக சக்தி ராக்ஃபெல்லரிடம் வேலை செய்தது.

ஒரு வாரம் கழிந்திருக்கும். ராக்ஃபெல்லர், "பொதுத்தொண்டு நிறுவனம் ஒன்றுக்கு பெரிய ஒரு தொகையை நன்கொடை அளிக்க வேண்டும்' என்று முடிவு செய்தார்.
எனவே அவர் அதற்கான திட்டங்களை விரிவாக ஒரு காகிதத்தில் எழுதி, அதை எடுத்துக் கொண்டு விவேகானந்தரைச் சந்திப்பதற்குச் சென்றார். முன்பு போலவே அதே வேகத்தில் அவர் மீண்டும் முன் அனுமதியின்றி, விவேகானந்தர் இருந்த அறைக்குள் நுழைந்தார்.

அன்றைய தினமும் விவேகானந்தர் ஏதோ படித்துக் கொண்டிருந்தார். ராக்ஃபெல்லர், தாம் கொண்டு சென்றிருந்த காகிதத்தை விவேகானந்தர் முன்பு வேகமாக வீசி, "இதோ, இதைப் படித்துப் பாருங்கள்! இப்போது உங்களுக்குத் திருப்திதானே! நீங்கள் இப்போது எனக்கு நன்றி சொல்ல வேண்டும்' என்று கூறினார்.
விவேகானந்தர் அசையவும் இல்லை; ராக்ஃபெல்லரை தலை நிமிர்ந்து பார்க்கவும் இல்லை; அவர் அமைதியாக ராக்ஃபெல்லர் காகிதத்தில் எழுதியிருந்த அனைத்தையும் படித்தார். படித்து முடித்ததும் அவர், "நான் உங்களுக்கு நன்றி சொல்ல வேண்டியதில்லை. நீங்கள்தான் எனக்கு நன்றி சொல்ல வேண்டும்' என்றார்.
அதுதான் ராக்ஃபெல்லர் தமது வாழ்க்கையில் அளித்த முதல் பெரிய

நன்கொடை ஆகும். ராக்ஃபெல்லர் தன்னிடமிருந்த செல்வத்தை மக்களுக்கு பயன்படும் வகையில், நல்லவிதத்தில் செலவு செய்வதற்கு விவேகானந்தர் வழிகாட்டினார். எனவே அவர்தாம் விவேகானந்தருக்கு "நன்றி' சொல்ல வேண்டிய நிலையில் இருந்தார்.

இளைஞர்கள் வைத்த சோதனை: ஒரு முறை அமெரிக்காவில் சுவாமி விவேகானந்தர், "இறைவனை அனுபூதியில் உணர்ந்த நிலை' என்பது பற்றிச் சொற்பொழிவு செய்தார்.

அந்தச் சொற்பொழிவில் அவர், "இறைவனைப் பற்றிய உயர்ந்த அனுபவத்தை நேரடியாகப் பெற்ற ஒருவர், எந்தச் சூழ்நிலையிலும் கலங்குவதில்லை; பதற்றப்படுவதில்லை' என்று குறிப்பிட்டார்.

இந்தச் சொற்பொழிவைக் கேட்டுக் கொண்டிருந்தவர்களுள் இளைஞர்கள் சிலரும் இருந்தார்கள். அவர்கள் உயர்கல்வி கற்றவர்கள்.

ஆனால் இந்த இளைஞர்கள் மனம் போனபடி வாழ்ந்தனர். அவர்கள், "விவேகானந்தர் கூறியதை நாம் பரிசோதித்துப் பார்க்க வேண்டும்!' என்று முடிவு செய்தார்கள். எனவே அவர்கள் விவேகானந்தரை, ஒரு சொற்பொழிவுக்காக அழைத்தனர்.

அவர்கள் கேட்டுக்கொண்டதற்கிணங்க விவேகானந்தரை சோதிப்பது போலவே நடந்து கொண்டர்கள். ஒரு மரத்தொட்டியைக் கவிழ்த்துப்போட்டு, "இதுதான் சொற்பொழிவு மேடை இதில் நின்றுதான் நீங்கள் பேச வேண்டும்' என்று கூறினார்கள்.

விவேகானந்தர் எந்த மறுப்பும் கூறாமல் அவர்கள் கூறியதை ஏற்றுக் கொண்டார். அவர் சொற்பொழிவு செய்ய ஆரம்பித்தார். சிறிது நேரத்தில் அவர் சொல்லிக் கொண்டிருந்த கருத்தில் மனம் ஒன்றிய நிலையில், சூழ்நிலையை மறந்து பேசினார். திடீரென்று அவரைச் சுற்றிலும் துப்பாக்கிக் குண்டுகள் வெடித்தன!

காதைப்பிளக்கும் துப்பாக்கிக் குண்டுகளின் ஓசை அங்கு பலமாக எழுந்தது! சில குண்டுகள் விவேகானந்தரின் அருகிலும் பாய்ந்து சென்றன! சுற்றிலும் பதற்றமும் கூக்குரலும் எழுந்தன. விவேகானநதரை சோதிக்க

விரும்பிய இளைஞர்கள் வேண்டுமென்றே செய்த....... கலவரம் அது. சூழ்நிலை மாறினாலும், விவேகானந்தரிடம் எந்தச் சலனமும் இல்லை.

அதனால் அவர் சிறிதும் பாதிக்கப்படவில்லை. தொடர்ந்து சொற்பொழிவு செய்துகொண்டிருந்தார்.

இப்போது, "விவேகானந்தரை சோதித்து பார்க்க வேண்டும்' என்று நினைத்த இளைஞர்கள் தோற்றார்கள். எதுவுமே அங்கு நடக்காததுபோல், விவேகானந்தர் உரிய நேரத்தில் தன் சொற்பொழிவை முடித்தார்.

அந்த இளைஞர்கள் விவேகானந்தரிடம், "உண்மைதான் சுவாமிஜி, நீங்கள் அப்பழுக்கற்றவர், நீங்கள் மற்றவர்களுக்கு என்ன போதிக்கீறீர்களோ, அப்படியே வாழ்கிறீர்கள்' என்று கூறி, அழாத குறையாக மன்னிப்புக் கேட்டார்கள்.

விருப்பங்களால் ஆனதல்ல வாழ்க்கை; திடீர் திடீர் திருப்பங்களால் ஆனது. திருப்பங்க ளையே விருப்பங்களாக மாற்றிக் கொள்பவர்கள் வெற்றிவீதியில் முடிவில்லா உலாப் போகின்றார்கள். திருப்பங்களைக் கண்டு திடுக்கிட்டு வீழ்பவர்கள் எழமுடியாமல் தோல்வியைத் தழுவி வேதனைகளில் வீழ்ந்து தேம்பி அழுகின்றார்கள்.

வாழ்க்கை எதிர்பார்ப்புகளை கொண்டுதான்......

உருவாக்கப்படுகின்றது......என்றாலும்

திருப்பங்களால்தான் முழுமையடைகின்றது.

வெற்றியும் தோல்வியும் வாழ்க்கை என்கிற நாணயத்தின் இருபக்கங்கள் என்றாலும், வெற்றி வந்தால் துள்ளி எழுகின்றோம்; தோல்வி நேர்ந்தால் துவண்டு போகின்றோம். இந்த இருவிதமான அணுகுமுறையும் சரியானது அல்ல. ஏனென்றால் வெற்றி என்பது நிலையானதும் அல்ல; முடிவு என்பது முடிவானதும் அல்ல. ஆகவே நமது அணுகுமுறைத் தெளிவாக இருக்க கீழ்காணும் கருத்து உதவியாக இருக்கும்.

**வெற்றி வந்தால் பணிவு அவசியம்**

**தோல்வி வந்தால் பொறுமை அவசியம்**

**எதிர்ப்பு வந்தால் துணிவு அவசியம்**

**எதுவந்தாலும் நம்பிக்கை அவசியம்**

வாழ்க்கைப் பயணத்தில் தொடர்ந்து சாதனை மைல் கற்களை உருவாக்கிச் செல்வதற்கு தொடர்ந்து கற்றல் அவசியம். நேற்றைய பட்டதாரி;

இன்று படிப்பதை நிறுத்திக் கொண்டால் நாளை படிக்காதவன் ஆகிவி-டுவான். ஆகவே தொடர்ந்து கற்றலே வாழ்க்கையை மகிழ்வுடையதாக-வும் மேன்மை மிக்கதாகவும் உருவாக்கிக் கொள்வதற்கு உதவும். இங்கு கற்றல் என்பது வகுப்புப் பாடத்தை மட்டும் குறிப்பதல்ல; வாழ்க்கைப் பாடத்தைக் கற்றுக் கொள்வதையும் உள்ளடக்கியதாகும்.

வாழ்க்கை அறிவொளியால் செதுக்கப்பட்டு அனுபவத்தால் புதிப்பிக்-கப் படுகிறது. எல்லாவற்றையும் அனுபவப்பட்டுத்தான் கற்க வேண்டும் என்ற கட்டாயம் கிடையாது. அனுபவசாலிகளிடமிருந்தும் கற்றுக் கொள்ளலாம் என்றாலும் அதற்கான வாய்ப்புகள் எளிதில் கிடைப்-பதில்லை. அனுபவத்தில் இருந்து கற்றுக் கொள்வதற்கான பயிற்சி மேடையை உருவாக்கிக் கொடுக்கும் நோக்கத்தை மனதில் கொண்டு "திருப்புமுனை" என்ற ஓர் உன்னத அமைப்பைக் கோவையில் தொடங்கி இருக்கின்றார்கள். அதன் தொடக்க விழாவில் நான் கலந்து கொண்டேன்.

வழிகாட்டிகள் இல்லையே என்று கலங்கிக் கொண்டும் புலம்பிக் கொண்டிருக்கும் இளைஞர்களுக்கு திசைகாட்டும் கலங்கரை விளக்கமாக இந்த அமைப்புத் திகழும் என்பதில் எனக்கு பூரண நம்பிக்கை உண்டு. இதன் அமைப்பாளர் பன்னீர்செல்வம் அவர்கள் தெளிவான சிந்தனையும் பொதுநல நோக்கமும் கொண்டவர். வேதாத்திரயத்தையும் விஞ்ஞா-னத்தையும் இருவிழியாகக் கொண்டு, யோகமுத்திரையை தியானமாகக் கொண்டு வாழ்வாங்கு வாழ்பவர். அவருக்கு எனது வணக்கத்தைத் தெரி-வித்து விழாவில் பேசத் தொடங்கினேன்.

"உலக வரலாறு என்பது வந்துபோனவர்கள் கணக்கல்ல; பிறருக்கு தந்து போனவர்களின் கணக்கு" என்றேன். "ஆகவே உங்களுடைய வருகையை வரலாற்றில் பதிவு செய்ய விரும்பினால் பிறருக்கு உதவி செய்யுங்கள்" என்றேன். வாழ்வாங்கு வாழ விரும்புகின்றவர்கள் மற்ற-வர்களையும் வாழ வைக்க வேண்டும். எந்த நிலைக்கு வந்தாலும் வந்த நிலையை மறவாமல் நன்றியுணர்வுடன் அனைவரையும் மதித்து வாழ வேண்டும்.

உயர வேண்டும் என்றுதான் எல்லோரும் விரும்புகின்றார்கள். ஆனால் எவ்வாறு உயர்வது என்று தான் புரிவதில்லை. உயர்விற்கு முக்கியமான மூன்று காரணிகள் என்னவென்றால் அவை செயல்திறன்,

திறமையை வெளிக்காட்டுவதற்கான வாய்ப்பு, தெய்வின்றி உழைக்கத் தேவையான ஊக்குவிப்பு ஆகியவையாகும்.

இம்மூன்றும் சேரும்போதுதான் ஒருவரால் உயரங்களைத் தொடமுடியும். பலருக்குத் திறன் இருக்கும் ஆனால் அதனை வெளிக்காட்டுவதற்கான வாய்ப்புக் கிடைக்காமல் இருக்கும். சிலருக்கு இவ்விரண்டும் இருந்தும் போதுமான ஊக்குவிப்பும் பாராட்டும் கிடைக்காமல் இருக்கும். ஆகவே திறன் மிக்கவர்களுக்கு வாய்ப்பு கிடைக்க வேண்டும். அவ்வாய்ப்பு தேடிவரும் என்று காத்திருக்காமல், வாய்ப்பைத் தேடிப் போக வேண்டும்.

வாய்ப்பின் கதவுகள் வரிசையாகத் திறந்து இருந்தாலும், போதிய விழிப்புணர்வும் சூழ்நிலையறிவும் இல்லை என்றால் வாய்ப்புகளை இனங்கண்டு பற்றிக் கொள்ள முடியாது. ஆகவே எப்பொழுதும் விழிப்புணர்வுடன் செயல்பட வேண்டும். இதற்கு முதலில் உங்களுடைய இலட்சியம் என்ன? என்பதில் தெளிவும் உறுதியும் இருக்கவேண்டும். ஆம்! நீங்கள் பயணப்படுவது முக்கியமல்ல; எதை நோக்கிப் பயணப்படுகின்றீர்கள்? என்ன நோக்கத்திற்காகப் பயணப்படுகின்றீர்கள்? என்பது போன்றவைகளும் முக்கியமே! ஆகவே, சுயஆய்வும், குறிக்கோளும் தெளிவாக இருந்தால், பயணத்தில் எதிர்கொள்ளும், தடைகளையே படிகளாக மாற்றும் தன்னம்பிக்கையும் துணிவும் தானாகவே வந்துவிடும்.

வாய்ப்புகள் கிடைத்தாலும், அவற்றைச் செம்மையாகப் பயன்படுத்தி உயர்வதற்குப் போதிய திறமைகளும் செயல்பாடும் வேண்டும். உழைப்பதற்கு முழுமையாக முயற்சிப்பதற்கும் தயங்கக் கூடாது. தொடர்ந்து தோல்விகள் வந்தாலும், நமது முயற்சிகளை கைவிடக் கூடாது.

முயற்சிக்கும்போது, தோல்வியைக் கண்டு மனச்சோர்வும் விரக்தியும் ஏற்படுவது இயற்கையே. ஆனால் அதைச் சுய ஊக்குவிப்பின் மூலம் விரட்டியடித்து விட்டு, தொடர்ந்து அதிக ஆற்றலுடன் முயலமுடியும். மற்றவர்களுடைய பாராட்டுக்கும் ஊக்குவிப்பிற்கும் ஏங்கி நிற்காமல் சாதனை புரிவதில் கவனம் செலுத்தினால் போதும், விருதுகளும் பாராட்டுக்களும் தானாகவே நம்மைத் தேடிவரும்.

சாதிக்க நினைப்பதோடு நின்றுவிடாமல் செயலில் இறங்க வேண்டும். நீந்த வேண்டும் என்ற எண்ணத்துடன் கரையில் நிற்பதால் நீச்சலைக் கற்க முடியுமா? செயலில் இறங்காமல் வெறும் கனவுகளுடன் தவமிருப்பதால் எந்த பயனும் ஏற்படப் போவதில்லை என்பதை உணர்ந்து செய-

வில் இறங்கினால், திருப்பு முனைகளில் சரித்திரத்தின் திசைகளை உருவாக்க முடியும்.

## சோர்வைத் தள்ளிப் போடு!

## — வில்லியம் ஜேம்ஸ்

1906, ஏப்ரல் 18……. காலை.

அமெரிக்காவில் சான்பிரான்சிஸ்கோ நகரம் பூகம்பத்தாலும் தீயாலும் விழுங்கப்பட்டுக் கொண்டிருந்த நேரம். ஆயிரக்கணக்கான மக்கள் உயிரைக் காப்பாற்றிக் கொள்ள ஓடிக் கொண்டிருந்தனர்.

அந்த நகரில் நுழைந்த ஒரு புகை வண்டியில் ஒருவர் மட்டும் கூர்ந்த விழிகளுடன் பயணித்து வந்தார். அந்த எரியும் நகரில் அசாதாரண துணிச்சலுடன் நுழைந்தவர் வாட்டசாட்டமான வாலிபரா? இல்லவே இல்லை. பலவீனமான இதயத்துடன் போராடி வரும் 64 வயது இளைஞர் அவர்!

தீப்பிழம்புகளுக்கும், சரிந்து விழும் கட்டிடங்களுக்குமிடையில் கையில் குறிப்பேட்டுடன் அங்குமிங்கும் ஓடினார். பீதிமிக்க நகரவாசிகளிடம் கேள்வி கேட்கக்கூடிய எண்ணம், துணிச்சல் அவருக்கு எங்கிருந்துதான் வந்ததோ?

நிலநடுக்கம் ஏற்பட்டதும் நீங்கள் என்ன உணர்ந்தீர்கள்?

உங்கள் இதயம் வேகமாகத் துடித்ததா? இவ்வாறு மக்களைக் கேட்டு ஆராய்ந்த அந்த அறிஞர் யார்? பேராசிரியர் வில்லியம் ஜேம்ஸ் என்ற அதிசயப் பிறவிதான் அவர்.

மனதின் பதிவுகளை, அனுபவச் சுவடுகளை அலசிப் பார்க்க வேண்டும் என்ற ஆவலே வில்லியம் ஜேம்ஸ் என்ற சாதாரண ஆசிரியரை, தலைசிறந்த சிந்தனையாளர்களில் ஒருவராக உயர்த்தியது. அனுபவம் சார்ந்த மனவியலின் தந்தை என்ற புகழுடன் ஒரு புதுமையான தத்துவவாதி என்றும் அவர் போற்றப்பட்டார்.

ஜேம்ஸின் போதனையின் உட்கரு, ஆளுமையின் இதயநாதம், பரீட்சித்துப் பார்! துருவிக் கண்டுபிடி! மாறு, மாற்று! வளர்ந்து கொண்டே இரு! என்பதுதான்.

ஏதாவது புதுமை செய், புத்தகம் எழுது, கடலைத் தாண்டு, புதிய வேலையை மேற்கொள், திசையை மாற்று என்றெல்லாம் கூறி சுயசார்பு, புதுமை படைக்கும் திறன் ஆகியவற்றைத் தன் நண்பர்களிடம் வலியு-

றுத்தினார் ஜேம்ஸ்.

ஜேம்ஸ் எழுதிய தத்துவ நூல் படிப்பதற்கு நாவல் போலிருக்கும். அவரது முதல் பெரும் வெளியீடான.......... மனோ
தத்துவக் கோட்பாடுகள் என்ற நூலை அச்சிட்டு வந்தவர் அச்சு கோர்க்கும் முன்பே அதைப் பலமுறை படித்து ரசித்தாராம்.

உடல்நிலை இடம் தராத நிலையிலும் பொருளாதாரச் சுமை அழுத்தியபோதும் ஜேம்ஸ் தன்னை மறந்து கருத்துகளைச் சொல்லிக் கொண்டே போவார்.

**செயல்களால் உணர்ச்சிகளைக் கட்டுப்படுத்துங்கள்!**

ஜேம்ஸின் ஒரு கண்டுபிடிப்பை நீங்கள் எளிதில் செய்து பார்க்கலாம். கண்ணாடி முன் நில்லுங்கள். உங்கள் கைகளை இரு மடங்கு இறுக்கி, கோபத்தில் கத்தி நீங்கள் யாரை அறவே வெறுக்கிறீர்களோ, அவரை மனக்கண் முன் நிறுத்தவும். உங்களுக்குள் கோபம் கொப்பளிக்கும்.

ஜேம்ஸ் கண்டுபிடித்த தத்துவம், ஓர் உணர்ச்சி உடல் வழியாக வெளிப்படும்போது உடல் அந்த உணர்ச்சியைத் தூண்டிவிடும். ஓரளவு மனோரீதியான காரணமும் இதற்கு உண்டு என்பது புரியும்.

நீங்கள் முஷ்டிகளை இறுக்கும்போது உங்கள் கைகளிலிருந்து மூளைக்குத் தாமாகவே சமிக்ஞைகள் சென்று நிலைமை மிக இறுக்கமாக உள்ளது. ஆபத்துக்குத் தயாராகிக் கொள் என்று கூறுகின்றன.

இதுபோல் சிரிக்கும்போதும் அழும்போதும் உங்கள் முகத்தின் தசைகளிலிருந்து மகிழ்ச்சியான அல்லது துயர் மிக்க சமிக்ஞைகள் மூளைக்குக் கிடைக்கின்றன.

ஆகவே நீங்கள் என்ன செய்கிறீர்களோ, அதுவே நீங்கள் என்ன உணர்கிறீர்கள் என்பதைக் காட்டும்.

சில மன நிலைகளுக்கும் உடல் செயல்பாடுகளுக்கும் தன்னிச்சையாக ஏற்படும் விளைவுகளைக் கொண்டு நாம் நமக்குள் விரும்பும் மனநிலைகளின் மூலம் செயல்பாடுகளை மாற்ற முடியும்.

மகிழ்ச்சியாக இருப்பதை உணர, மகிழ்ச்சியாக அமருங்கள்; நாலாபக்கமும் சந்தோஷமாகப் பார்வையை வீசுங்கள் என்பார் வில்லியம் ஜேம்ஸ்.

அதுபோல் தைரியமாக இருப்பதை உணர, தைரியமாக இருப்பதாக நடந்து கொண்டு பாருங்கள் என்பார்.

துணிவு வேண்டும்

## களைப்புப் புள்ளியைப் பின்னுக்குத் தள்ளுங்கள்!

பலர் தினமும் களைப்படைகிறோமே, அதற்குக் காரணம் நாம் செலவழித்த சக்தியின் அளவால் அல்ல. மாறாக, நாம் ஒரு பணியில் அல்லது ஒரு செயலை முடித்ததும் களைப்படையும் பழக்கத்தை ஏற்படுத்திக் கொண்டுள்ளோம். இவ்வாறு நமக்கு நாமே ஏற்படுத்திக் கொண்ட வரையறையைக் களைப்புப் புள்ளி என்கிறார் ஜேம்ஸ்.

உண்மையான களைப்புப் புள்ளி நாம் சாதாரணமாகக் களைப்படையும் புள்ளிக்கு மேலேதான் இருக்கும்.

பொதுவாக, நாம் களைப்படைவதாக நினைப்பதையும், கூறுவதையும் வழக்கமாகக் கொண்டுள்ளோம்.
அலுவலகம் 5 மணிக்கு மூடப்படுகிறது என்றால் நாம் தினமும் தள்ளாடி நடந்து பெரிதாகக் களைப்படைந்து விட்டதாகப் பிறரிடம் கூறிக் கொள்வோம். இதுவே நம்மைக் களைப்படையச் செய்கிறது.

பொதுவாக, மனிதர்கள் தங்களிடமுள்ள சக்தியில் மிகச் சிறிய பகுதியை மட்டுமே பயன்படுத்துவர். பெரும்பாலோர் நினைத்தால் தாங்கள் களைப்படைவதாக நினைக்கும் களைப்புப் புள்ளியைப் பின்னுக்குத் தள்ளி, புதிய களைப்புப் பழக்கத்தை ஏற்படுத்திக் கொள்ளலாம்.

களைப்படையும் நேரம் வந்துவிட்டது என்று உணர்வதற்கு முன் ஒவ்வொரு நாளும் கூடுதலாக உழைத்தால் களைப்பு தெரியாமல் அதிக நேரம் உழைக்க முடியும்.

## இரண்டாவது, மூன்றாவது, நான்காவது காற்றலை

ஒருவன் ஆழ்ந்த களைப்பின் ஊடே தொடர்ந்து வேலை செய்யும்போது ஒரு புத்துணர்வு பொங்கி வரும். அதை இரண்டாவது காற்றலை என்று வில்லியம் ஜேம்ஸ் குறிப்பிட்டு, அதன் மூலம் களைப்புப் புள்ளிகளைப் பற்றி அவர் தமது முடிவுக்கு வந்தார்.

அந்தக் காற்று ஒரு தடவைக்கு மேலும் எழும் என்று கூறி அதை மூன்றாவது காற்றலை, நான்காவது காற்றலை என்று குறிப்பிடுகிறார்.

அத்தகைய அலைகளின்போது நாம் சாதிக்கும் சாதனை சாதாரணமாகச் சொற்ப நேரத்தில் செய்வதைவிட மிகவும் சிறப்பாக இருக்கும். அத்தகைய தருணங்களில் நாம் மெய்மறந்து முழுமையைக் காண்கிறோம். இதே முறையில்

தான் ஜேம்ஸ் தடையின்றிப் பல மணி நேரம் எழுதினார்.

இரண்டு மூன்று நாட்கள் எவ்விதக் குறுக்கீடும் இல்லாமல் உள்ள நேரங்களில்தான் ஜேம்ஸ் எழுதும் பணியை மேற்கொள்வார். கதவைத் தாளிட்டுக் கொண்டு களைப்பை வெற்றி கொண்டு அவர் எழுதி எழுதிக் குவிப்பார்.

குறுக்கீடு வந்தால் மீண்டும் உற்சாகம் பெற நேரம் எடுத்துக் கொள்ள வேண்டியிருப்பதால் தடையின்றி எழுதும் இப்பழக்கமே அவருக்குக் கை கொடுத்தது.

**வேலை சக்தி ஊட்டுகிறது!**

எந்த முயற்சியிலும் நீங்கள் கடினமாக உழைத்தால் புது உற்சாக ஊற்றுகள் பெருக்கெடுக்கும். வாழ்வின் பல தொடர்பில்லாத பிரச்னைகளைக்கூட அவை தீர்த்து வைக்கும். வேலையோ, விளையாட்டோ, எதிலும் ஆழ்ந்த முயற்சியானது உங்களுக்குத் தேவைப்படும் உபரியான ஆற்றல்களை உருவாக்கித் தரும்.

அதற்கு மாறாக, ஓய்வு என்ற பெயரில் சற்றுத் தளர்ச்சியடைந்து விட்டாலும் மீண்டும் புத்துணர்வு பெற்றுப் பழையபடி பணிக்குத் திரும்புவது மிகவும் கடினமாகிறது.

இதை அனுபவத்தில் ஜேம்ஸ் உணர்ந்தார். அவர் தமது குறிப்பேட்டில் தான் ஒரே சமயத்தில் மாற்றி மாற்றி புவியியல், எலக்ட்ரோ டைனமிக்ஸ், பிரெஞ்சுப் புரட்சி, சம்ஸ்கிருதம் ஆகியவற்றைப் படித்ததாகக் குறிப்பிட்டார்.

**உங்கள் குணத்தை உருவாக்கிக் கொள்ளுங்கள்!**

ஒவ்வோர் உடல்துடிப்பும், வெளி உலகுடன் ஆன தொடர்பும் மூளையிலுள்ள 10,000 மில்லியன் செல்களில் ஒரு நிரந்தரமான சுவட்டைப் பதிக்கிறது என்ற தத்துவத்தை முதலில் சுட்டிக்காட்டிய மனோதத்துவ விஞ்ஞானிகளில் வில்லியம் ஜேம்ஸ் முக்கியமானவர்.

இப்பதிவுகள் மூளையில் நிரந்தரமாகப் படுவதாலும், தொடர்ந்து குவிந்து வருவதாலும், அவற்றின் மொத்த உருவே நமது ஆளுமையாகவும், குணாதிசயமாகவும் உருவெடுக்கின்றன. இதைக் காட்டி, இந்த ஆற்றலைத் தொடர்ந்து நாம் பெருக்க வேண்டும் என்பதை அவர் வலி-

யுறுத்தினார்.

மூளையிலுள்ள செல்களில் மின்அலைகள் பாய்ந்து நடக்கும் நிகழ்ச்சிகளையெல்லாம் அவை பதிவு செய்து கொள்கின்றன. எந்த அளவு ஒரு செயலைத் தொடர்ந்து செய்கிறோமோ, அந்த அளவு பதிவுகள் அதிகமாகவும், பரவலாகவும் ஏற்படுகின்றன. ஆகவே, நம் மூளையில் நற்பதிவுகளை ஏற்படுத்திக் கொள்வது ஒரு நல்ல காப்பீடு

கூரிய நோக்கு, ஆற்றல் மிக்க மனோபலம், தன்னை மறந்த நிலை ஆகிய நற்பழக்கங்களை ஏற்படுத்திக் கொண்ட ஒருவன், தன்னைச் சுற்றிப் பிறர் காற்றில் பதர்போல் திரியும் போது, தான் மட்டும் மலைபோல் மிக உறுதியாக நிற்கிறான்.

### கெட்ட பழக்கத்தை முறிப்பது எப்படி?

ஜேம்ஸின் சிந்தனைகளில், தீய பழக்கத்தை வெல்வதற்கான அவரது அறிவுரை முக்கியமானது. திடீரென இடையில் ஒரு பழக்கத்தை நிறுத்திவிடவும். அதைப் பற்றி எல்லோருக்கும் தெரிவிக்க வேண்டும். அதில் விதிவிலக்கோ, சாக்கு போக்கோ கூடாது.

புதிய பழக்கத்தைத் திடீரென ஏற்படுத்திக் கொள்வதே மிகச் சிறந்த வழி என்பதை அறிஞர் யாரும் ஒப்புக் கொள்வர். ஆனால் அது முழுமையாக நிறைவேற்றப்பட வேண்டியது மிக அவசியம். எந்தப் பழக்கத்தையும் பட்டினி போட்டால் அது மடிந்துவிடும் என்பார் ஜேம்ஸ்.

நமது நல்ல பழக்கங்கள் வலுப்பட வலுப்பட, நமது செயல்பாடும் செம்மைப்படும். இதற்காகவே ஜேம்ஸ் நாம் நமது பழக்கங்களைத் தொடர்ந்து மறு ஆய்வு செய்ய வேண்டியது அவசியம் என உணர்ந்தார். அப்போதுதான் அவற்றை எந்த இடத்தில் மாற்ற முடியும், எங்கு மேலும் திறனுள்ளவையாக ஆக்க முடியும் என்பதை அறியலாம்.

### தினமும் கடினமானதைச் செய்யுங்கள்!

நம் கவனத்தைப் பல திசைகளில் மேயவிட்டுவிட்டால் அது எப்போதும் அவ்வாறு அலைந்து திரியும். இதற்காகவே நாம் நமக்குள் முயற்சிக்கும் திறனை, தினம் பயிற்சி செய்வதன் மூலம் உயிரோட்டமுள்ளதாக வைத்திருக்க வேண்டும்.

சாதாரண விஷயங்களில்கூட வீரத்தையும் தியாகத்தையும் காட்டுங்கள். ஒவ்வொரு நாளும் ஒன்றுமே செய்யாமல் இருப்பதை விடுத்துக்

காரணமிருந்தாலும் இல்லாவிட்டாலும் ஏதாவது ஒரு செயலைச் செய்து வந்தால் தேவைப்படும்போது அச்செயலைச் செய்ய வேண்டிய தருணம் வரும்போது எவ்விதப் பயிற்சியுமின்றி அனாயாசமாகச் செய்ய முடியும்.

குறுகிய காலத்தில் நல்ல மனத்தூண்டல்களை உரிய செயல்களாக மாற்றிக் கொள்வதை ஜேம்ஸ் வலியுறுத்துகிறார். ஒரு தீர்மானம் அல்லது ஒரு நல்ல எண்ண அலை பளிச்சிடும் போது அதைச் செயல்படுத்தாமல் ஆவியாகும்படி விட்டு விட்டால் ஒரு வாய்ப்பை நழுவ விடுவது போலாகும்.

**கொஞ்சம் கவலையும் தேவைதான்!**

ஒரு துளி கவலை நமக்குத் தேவைதான். செயலற்றுக் கிடக்கும் மூளையின் அணுக்களை அது தட்டி எழுப்புகிறது. அந்தக் கவலைதான் கவனத்தை உச்சநிலைக்குக் கொண்டு சென்று, செயல்திறனைப் பெருக்கும், மூளையில் நாம் இட்டு எழுப்பும் பல கருத்துகள் மூலம் கற்பதை எளிதாக்கும்.

இறுக்கம் என்றதும் மனதைச் சுருக்கிக் கொள்ளாத ஜேம்ஸ், அந்த இறுக்கம் தன்னைத் தாழ்த்திக் கொள்ளும் கவலையுடன் ஒட்டிக் கொள்ளாமல் பார்த்துக் கொள்ளுமாறு கூறுகிறார்.

ஒவ்வொரு பத்திரிகையையும் வெளிக்கொண்டு வரும் போது பகலில் நரம்புத் தளர்ச்சியாலும் இரவில் தூக்கமின்மையாலும் அவதிப்படுவதாக ஒரு பத்திரிகை அதிபர் கூறியபோது, வில்லியம் ஜேம்ஸ் இந்த அறிவுரையை வலியுறுத்தினார்:

ஒரு செப்படி வித்தைக்காரரைப் பாருங்கள். காற்றில் பத்து பன்னிரண்டு பொருள்களை மேலே எறிந்து ஒவ்வொன்றையும் கணத்தில் கவனமாகப் பிடித்து மீண்டும் எறியும்போது அவர் எவ்வளவு லாவகமாகப் பிடித்து, இயல்பாகவும் இருக்கிறார். அவர் மனதில் சிறிது கவலை வந்தாலும் அவரால் இந்த வித்தையைச் செய்ய முடியாது.

இதுபோல பல காரியங்களைச் செய்யும்போது நாமும் சற்றும் இறுக்கமோ, கவலையோ இன்றி லாவகமாகச் செய்ய வேண்டும்.

மாணவன் தனது ஆர்வத்தைத் தணித்துக் கொள்வதற்காகக் கற்கும்போது அவனது அனாயாச ஈடுபாட்டின் மூலம் வெற்றிகரமாகக் கல்வி கிட்டுகிறது என்ற நவீனக் கல்வியாளர்களின் கருத்தில் வில்லியம் ஜேம்ஸ் முழுமையான இணக்கம் காட்டவில்லை.

கல்வியின் ஒவ்வொரு படியும் ருசிகரமாக இருக்கும் என்று கருதுவதில் அர்த்தமில்லை. தனது தேவையற்ற பயத்தைக் கண்டு மாணவன் வெட்கப்பட வேண்டும். அவனது போர்க்குணமும் பெருமையும் விழித்தெழ வேண்டும். கஷ்டமான இடங்களில் உள்ளூரக் கோபம் கொண்டு அவன் காலை முன் வைக்க வேண்டும். ஒழுக்க நெறியில் இது முக்கிய திறனாகும். அத்தகைய சூழலில் அவன் பெறும் வெற்றி அவனது ஒழுக்கப் பாதையில் ஒரு திருப்புமுனையாக அமையும் என்கிறார் வில்லியம் ஜேம்ஸ்.

வில்லியம் ஜேம்ஸ், விவேகானந்தரின் கருத்துகளால் ஈர்க்கப்பட்டார். அவர் தமது நூல் The Varieties of Religious Experience-ல் சுவாமிஜியின் கருத்துகளை அதிக அளவு மேற்கோள் காட்டியுள்ளார்.

**ஒரு சீனக் கதை**

சீன மதகுரு லாவோத்ஸு சீடர்களுடன் சென்று கொண்டிருந்தார். வழியில் அவரைப் பார்த்த ஒருவன் லாவோத்ஸு இளைஞர்களைத் தவறாக வழிநடத்துவதாகக் குற்றம் சாட்டித் திட்டினான்.

அவன் அவரைத் திட்டி முடித்ததும் மதகுரு கேட்டார்: மகனே! அவ்வளவுதானா? இல்லை,
இன்னும் ஏதாவது திட்ட விரும்புகிறாயா?

இந்தப் பொறுமையான கேள்வியால் அதிர்ச்சியடைந்த அவன் பதில் கூறாமலேயே சென்று விட்டான். சீடர்கள் வேதனைப்பட்டார்கள்.

மறு நாள் அதே மனிதன் லாவோத்ஸுவிடம் வந்தான். முதல் நாள், தான் அவரைக் கண்டபடி பேசியதற்காக வருத்தம் தெரிவித்தான். மன்னிப்பும் வேண்டினான்.

குரு புன்னகைத்தவாறு, அப்பனே! நீ ஒன்றும் தவறாகக் கூறிவிடவில்லை" என்றார்.

அது எப்படி என்று கேட்டதற்கு அவர் பதில் கேள்வி ஒன்று கேட்டார். ஒருவன் ஒரு மரத்தடியில் நின்று கொண்டிருந்தான். அப்போது பெருங்காற்றுடன் மழையும் பெய்தது. அதே சமயம் காற்றால் அலைக்கப்பட்டு ஒரு மரக்கிளை உடைந்து அவன் தலையில் விழுந்தது என்றால், குற்றவாளி மரமா? பெருங்காற்றா?

அதே போலத்தான் உன் மனதில் வீசிக் கொண்டிருந்த புயல் காரணமாகவே கொடுஞ்சொற்கள் வெளிப்பட்டன. அந்தச் சமயம் பார்த்து

நான் உன் அருகில் இருந்தேன். அவ்வளவுதான்! இதில் யாரைக் குற்றம் சொல்வது?"

அமிர்தமே கிடைத்தாலும்...

(மாவீரன் அலெக்சாண்டரையே பணிய வைத்தது................. ஒரு காகம். நீங்கள் நம்பவில்லையா? இதைப் படியுங்கள்.)..............

அமிர்தம் பருகினால் அமரத்துவம் பெறலாம் என மாவீரன் அலெக்சாண்டர் கேள்விப்பட்டார். உடனே அதைத் தேடிப் புறப்பட்டார்.

அலெக்சாண்டரின் குரு அவரிடம் அமிர்தம் கிடைக்கும் நீரூற்றைப் பற்றிக் கூறியிருந்தார். அந்த ஊற்றும் நீர்வீழ்ச்சியும் ஒரு மலையின் குகையினுள் இருந்தன.

அலெக்சாண்டர் அந்தக் குகையை அடைந்தார். தனது படைவீரர்களைக் குகையின் வெளியே நிற்க வைத்தார். தான் மட்டும் தனியாக, குகையின் உள்ளே அமிர்தம் பொழியும் நீர்வீழ்ச்சி நோக்கி மெல்ல நடந்து சென்றார்.

அலெக்சாண்டரின் வாழ்நாளின் மிகப் பெரிய ஆசை அன்று நிறைவேறப் போகிறது என்ற மனநிறைவால் அவருக்கு உற்சாகமும் மகிழ்ச்சியும் பொங்கின.

அவரது இதயம் படபடவென அடித்துக்கொண்டிருந்த ஒலி அவருக்கே கேட்டது. அவர் எதிரில் வெள்ளித் தகடுபோல் பெருகிக் கொண்டிருந்த அமிர்த நீரோடையை அவர் கண்டார்.

சிறிதும் தாமதிக்காமல் அவர் குனிந்து இரு கைகளாலும் அமிர்தத்தை அள்ளி எடுத்தார். அமிர்தம் கையில் பட்டதும் அவரது உடல் புல்லரித்தது.

அவரது இதயத்துடிப்பு மேலும் அதிகரித்தது. கைகளால் அள்ளி அவர் அமிர்தத்தைக் கிண்ணத்தில் நிறைத்தார். கிண்ணத்தை வாய்வரை எடுத்துச் சென்றார்.

இன்னும் ஒரு கணத்தில் அமிர்தத்தைக் குடிக்கும் நிலையில், "எச்சரிக்கை

என்று ஒரு குரல் ஒலித்தது. திடுக்கிட்ட அலெக்சாண்டர் குரல் வந்த திசையில் திரும்பிப் பார்த்தார். அந்த இருட்டில் ஒரு காகம்!

"சாம்ராட் அலெக்சாண்டரே, எச்சரிக்கை! இந்த அமிர்தத்தைக் குடிக்க அவசரப்படாதீர்கள். நான் செய்த தவறை நீங்களும் செய்யாதீர்கள். நீங்கள் என்னைச் சாதாரண காகம் என எண்ணாதீர்கள். நான் காகங்களின் அரசன். நானும் உங்களைப் போல் இந்த அமிர்தத்தைத் தேடி இங்கே வந்தவன். அமிர்தத்தையும் பருகினேன். ஆனால் அதைப் பருகிய பிறகு நான் இப்போது மிகுந்த சங்கடத்தில் மாட்டிக் கொண்டிருக்கிறேன்".

காகம் கூறியது அலெக்சாண்டருக்குப்......... பிடிக்கவில்லை. காகம் மீண்டும் கூறியது: "உங்களுக்கு இதைப் பருக விருப்பம் இருந்தால், நீங்கள் பருகலாம். ஆனால் நான் கூறுவதை முழுவதும் கேட்ட பின் அதைச் செய்யுங்கள்.

"அமிர்தம் குடித்து எல்லா இன்பங்களையும் அனுபவிக்க விரும்பும் என்னைத் தடுக்காதே. அதோடு நான் சாகாநிலை பெற வேண்டும்" என்றார் அலெக்சாண்டர் அவசரமாக...

காகம் மெல்ல, "இந்த அமிர்தத்தை நான் பருகியது உண்மைதான். வாழ்வில் எதையெல்லாம் பெற எண்ணினேனோ, அதையெல்லாம் பெற்றேன். எல்லா நாடுகளையும் சுற்றிப் பார்த்துக் களைத்துவிட்டேன். இனிய கீதங்கள் யாவையும் கேட்டுவிட்டேன். இனிய பாட்டுக்கள் அனைத்தையும் நானே பாடிவிட்டேன். ருசியான உணவுகள் எல்லாவற்றையும் உண்டு விட்டேன். கேளிக்கை, கும்மாளம் என எதையும் விட்டுவைக்கவில்லை.

"இனிமேல் செய்ய ஒன்றும் மீதமில்லை. இப்போது இந்த வாழ்க்கை எனக்கு ஒரு சுமையாக ஆகிவிட்டதால் நான் இறக்க விரும்புகிறேன். ஆனால் இறக்க முடியவில்லை.

"மலை மேலிருந்து குதித்தேன். ஆனால் நான் சாகவில்லை. நீரில் மூழ்கியும் நெருப்பில் குதித்தும் வாளால் என் தலையை வெட்டியும் இறக்க முயன்றேன். ஆனால் சாக முடியவே இல்லை.

"இவையெல்லாம், அந்த அமிர்தம் பருகியதால் கிடைத்த பயன். இறக்காமல் இருப்பதால் சுகமாக இருக்கலாம் என நான் நினைத்தேன். ஆனால் இப்போது இந்த இக்கட்டில் மாட்டிக் கொண்டு தாங்க முடியாத

வேதனைப்படுகிறேன்.

"நீங்கள் இந்த நீரைப் பருக............ விரும்பினால் பருகுங்கள், ஆனால் உங்களிடம் ஒரு வேண்டுகோள். நீங்கள் இங்கிருந்து சென்ற பின் உங்களுக்கு இறப்பதற்கு ஏதாவது வழி தெரிந்தால் அதைத் தயவு-செய்து எனக்கும் தெரிவியுங்கள்" என்றது.

காகம் சோகத்துடன் கூறி முடித்ததும் குகையில் மயான அமைதி நிலவியது. அலெக்சாண்டரின் கைகளிலிருந்து அமிர்தம் ஒழுகி நீருடன் கலந்தது. அருவியின் நீரில் மீண்டும் கைகளை நனைக்க அவருக்குத் துணிவு ஏற்படவில்லை. அலெக்சாண்டர் அமிர்தத்தைப் பருகாமலேயே குகையை விட்டு வெளியே ஓடிவிட்டார்.

வாழ்வது எவ்வளவு முக்கியமோ, சாவதும் அவ்வாறே! "பிறவாமை வேண்டும், அப்படிப் பிறந்தால் உன்னை மறவாமை வேண்டும்" என்று தானே நம் முன்னோர்கள் வாழ்ந்தார்கள்.

நீண்ட காலம் வாழ்வதல்ல சாதனை, நமது வாழ்க்கை பிறருக்கு நல்லவிதத்தில் எந்த அளவிற்குப் பயன்படுகிறது என்பதைப் பொறுத்தே வாழ்க்கையின் தரம்

அவர் ஒரு வேதாந்தி

குதிரைகள் பூட்டிய கோச் வண்டி ஒன்று பாரீஸ் நகர வீதியில் போய் கொண்டிருந்தது.

சுவாமி விவேகானந்தர் அதில் அவரது ஐரோப்பிய சிஷ்யையுடன் சென்று கொண்டிருந்தார்.

அந்தச் சமயத்தில் ஒரு வீட்டுக்குள் இருந்து இரண்டு சிறுவர்கள் வெளியே வந்தார்கள். பணக்கார வீட்டுப்பிள்ளைகள் போல் இருந்தார்-கள். அவர்களது அம்மாவும் அவர்களுடன் வந்தார்.

கோச் வண்டியை ஓட்டியவர் வண்டியை ஓர் ஓரமாக நிறுத்தினார். இறங்கிப் போய் அந்தப் பிள்ளைகளைக் கட்டிக் கொண்டார். தட்டிக் கொடுத்தார். சில வார்த்தைகள் பேசினார். மறுபடியும் வந்து வண்டியை ஓட்டிக்கொண்டு போனார்.

யார் அந்தச் சிறுவர்கள்?" என்று கேட்டார் சுவாமிஜியின் சிஷ்யை! பதிலுக்கு வண்டியோட்டி, என் பிள்ளைகள்தான்" என்றார்.

துணிவு வேண்டும்

'அந்தச் சிறுவர்களைப் பார்த்தால் பெரிய பணக்கார வீட்டுப்பிள்ளைகள் போல் தோன்றுகிறது! இவர்.......... என்ன
வென்றால் கோச் ஓட்டிக்கொண்டு இருக்கிறாரே!' என இவர்களுக்கு ஒரே ஆச்சரியம்!

கோச் வண்டிக்காரரர் திரும்பிப்............. பார்த்தார்.
பாரீஸில் இருந்த ஒரு வங்கியின் பெயரைச் சொல்லி, அந்த பாங்கைப் பற்றி உங்களுக்குத் தெரியுமா?" என்று கேட்டார்.

ஓ! கேள்விப்பட்டிருக்கிறேன். அது மிகப் பெரிய பாங்க் அல்லவா! எங்களுக்குக்கூட அதில் கணக்கு இருந்தது. ஆனால் இப்போது அந்த பாங்க் திவாலாகிவிட்டது போல் தெரிகிறது!" என்றார் சுவாமிஜியின் சிஷ்யை!

இதைக் கேட்டுவிட்டு வண்டியோட்டி அமைதியாக, நான்தான் அந்த வங்கிக்குச் சொந்தக்காரன்! அந்த வங்கி இப்போது கொஞ்சம் சிரம நிலையில் இருக்கிறது. பங்குகளை எல்லாம் வசூல் செய்து கடன்கள் எல்லாம் அடைக்கச் சிறிது நாள் ஆகும்.

இந்நிலையில் நான் மற்றவர்களுக்குச் சிறிதும் சுமையாக இருக்க விரும்பவில்லை. என் சொந்த ஊரில் ஒரு சிறிய வீட்டை வாடகைக்கு எடுத்தேன். என்னிடம் இருந்த சொத்துக்கள் எல்லாவற்றையும் விற்று இந்த கோச் வண்டியை வாங்கினேன். இதை வாடகை வண்டியாக ஓட்டிக் கொண்டிருக்கிறேன்.

என் மனைவியும் சிறிது சம்பாதிக்கிறாள். எங்கள் இருவரின் வருமானத்தில் குழந்தைகளுக்கு ஆகும் செலவுகளைச் சரி செய்து கொண்டிருக்கிறோம். கடன்களை அடைத்தவுடன் மீண்டும் வங்கிகளைத் திறந்துவிடுவேன்!" என்றார்.

சுவாமி விவேகானந்தர் இதை கேட்டுக் கொண்டிருந்தார். அவர் மிகவும் மகிழ்ந்து, இதோ இந்த மனிதரைப் பார்? இவர்தான் சரியான வேதாந்தி. வேதாந்தக் கருத்தைத் தம் வாழ்க்கையில் நடைமுறைப்படுத்தி உள்ளார்! பெரிய ஓர் அந்தஸ்திலிருந்து விழுந்தும்கூட இவர் சூழ்நிலைக்கு இரையாகி விடவில்லை! என்ன ஒரு தன்னம்பிக்கை இவரிடம் உள்ளது!" என்று கூறி ஆச்சரியப்பட்டார்.
அதற்குப் பிறகு அவர் வீட்டிற்கும் போய் தமது மகிழ்ச்சியைத் தெரிவித்-

தார் சுவாமிஜி.

சாதனை மனிதர்களின் வாழ்க்கை வரலாறுகளைப் புரட்டினால், அவர்கள் எவ்வாறு வீழ்ச்சியை எழுச்சியாக்கி வென்றார்கள் என்பது புரியும்.

ஒரு சொல் போதும், ஒருவருடைய வாழ்க்கையில் ஒளி ஏற்றுவதற்கு; ஒரு நூல் போதும் ஒருவருடைய வாழ்க்கையைப் புரட்டிப் போடுவதற்கு; ஒரு நண்பன் போதும் ஒருவனுடைய வாழ்க்கையை வளப்படுத்துவதற்கு. ஒரு அமைப்புப் போதும் பலருடைய வாழ்க்கையைத் திருப்பிவிடுவதற்கு!..

குறள் ...

669

துன்பம் உறவரினும் செய்க துணிவாற்றி
இன்பம் பயக்கும் வினை.

பொருள்

இன்பம் தரக்கூடிய செயல் என்பது, துன்பம் வந்தாலும் அதனைப் பொருட்படுத்தாமல் துணிவுடன் நிறைவேற்றி முடிக்கக் கூடியதேயாகும்.

<u>மு.வரதராசனார்</u>

(முடிவில்) இன்பம் கொடுக்கும் தொழிலைச் செய்யும் போது துன்பம் மிக வந்த போதிலும் துணிவு மேற்கொண்டு செய்து முடிக்க வேண்டும்.

<u>சாலமன் பாப்பையா</u>

ஒரு செயலைச் செய்யும்போது துன்பம் அதிகமாக வந்தாலும் முடிவில் இன்பம் தரும் அச்செயலை மனம் தளராமல் செய்க.

<u>கலைஞர்</u>

இன்பம் தரக்கூடிய செயல் என்பது, துன்பம் வந்தாலும் அதனைப் பொருட்படுத்தாமல் துணிவுடன் நிறைவேற்றி முடிக்கக் கூடியதேயாகும்.

<u>பரிமேலழகர்</u>

துன்பம் உறவரினும் - முதற்கண் மெய்ம்முயற்சியால் தமக்குத் துன்பம் மிக வருமாயினும்; இன்பம் பயக்கும் வினை துணிவு ஆற்றிச் செய்க - அது நோக்கித் தளராது முடிவின்கண் இன்பம் பயக்கும் வினையைத் திட்பமுடையராய்ச் செய்க.(துணிவு - கலங்காமை. அஃதுடையார்க்கு அல்லது கணிகமாய முயற்சித்துன்பம் நோக்காது நிலையுதலுடைய பரிணாமஇன்பத்தை நோக்கிச் செய்தல் கூடாமையின், 'துணிவாற்றிச்செய்க' என்றார். இவை இரண்டு பாட்டானும் அவர் வினைசெய்யுமாறு கூறப்-

பட்டது.)

புலியூர்க் கேசிகன்

முதலிலே வருகின்ற துன்பங்களால் வருத்தம் அடைய நேர்ந்தாலும், முடிவிலே இன்பம் தருகின்ற செயல்களை மனத்துணிவுடனே செய்து முடிக்க வேண்டும்

**"துணிவே துணை**

**"துணிந்தவனக்குத் துக்கமில்லை,**

**"சாகத் துணிந்தவனுக்குச் சாகரம் முழங்கால் மட்டம்**

**போன்ற பழமிகள் மனிதனுக்குத் துணிவு தேவை என்று எடுத்துரைக்கின்றன. துணிவு மனதில் விமையை ஏற்றுகிறது. மனவலிமை செயலைச் செய்வதற்கு உறுதுணையாக இருக்கின்றது. இவை ஒன்றோடொன்று சேரும்போது வெற்றி என்பது ஒருவனுக்கு வாய்க்கிறது.**

**முயற்சி+மனவலிமை+செயல்=வெற்றி**

**என்ற சமன்பாட்டில் இதனை அடக்கிக் கூறலாம். முயற்சி, துணிவு மனவலிமை, செயல் ஆகியவை ஒருங்கிணைந்தால் வாழ்வில்ஒருவன் வெற்றியடையலாம்.**

# நான்

வாசகர்ளால் நான்
வாசகர்களுக்காக நான்

முற்போக்கு எழுத்தாளர் வி.எஸ்.ரோமா - கோயம்புத்தூர்
+91 82480 94200

20 புத்தகங்கள் எழுதியுள்ளேன்
விருதுகள் பல பெற்றுள்ளேன்.
கதை , கவிதை, கட்டுரை, நாவல் பொன்மொழி, நாடகம் எழுதுவேன்.

என்
எழுத்து
என் மூச்சுள்ள வரை
என் வாசிப்பே
என் சுவாசிப்பு
என்றும்

எழுதிக் கொண்டிருக்க வே
என் ஆசை

நான் திருமணமே செய்து கொள்ளாத பெண்மணி என்பதில் எனக்கு மகிழ்வே.

என் எழுத்துக்கு முழு ஒத்துழைப்பு கொடுப்பவர்கள் என் பெற்றோர்களே.

தந்தை
கா சுப்ரமணியன் _ தாசில்தார் - ஓய்வு

தாய்.
சு. கிருஷ்ணவேணி

என் பெற்றோர்களே
என்
எழுத்துக்கும்
எனக்கும் முழு ஒத்துழைப்பு தருகின்றவர்கள் என்பதில் எனக்கு மகிழ்ச்சியே.

நான் ரோமா ரேடியோ
என்ற பெயரில் எஃப் எம் ஆரம்பித்துள்ளேன்.

என்
எழுத்து
என் ரோமா வானொலி மூலம்
எங்கும் ஒலிக்க
எட்டு திக்கும் ஒலிக்க
என் ஆவல்.

பெண்களை
பெரிதாக நினைத்துப்

பெரும் மகிழ்ச்சியடைந்து
பெருமைப் படுத்த வேண்டும்.

முற்போக்கு எழுத்தாளர்
வி.எஸ். ரோமா
Roma Radio
கோயம்புத்தூர்
+91 82480 94200

www.ingramcontent.com/pod-product-compliance
Lightning Source LLC
LaVergne TN
LVHW042045070526
838201LV00077B/799
* 9 7 8 1 6 3 9 0 4 4 7 6 4 *